Building and Protecting Wealth: Simple Strategies for Success

సంపదను నిర్మించడం మరియు రక్షించడం: విజయానికి సరళమైన వ్యూహాలు

Sriramulu

Copyright © [2023]

Title: **Building and Protecting Wealth: Simple Strategies for Success**

Author's: **Sriramulu**

All rights reserved. No part of this publication may be reproduced, stored in a retrieval system, or transmitted in any form or by any means, electronic, mechanical, photocopying, recording, or otherwise, without the prior written permission of the publisher or author, except in the case of brief quotations embodied in critical reviews and certain other non-commercial uses permitted by copyright law.

This book was printed and published by [Publisher's: **Sriramulu**] in [2023]

ISBN:

TABLE OF CONTENT

Chapter 1: Introduction   08

- Setting the Stage: Defining wealth and its importance
- The Power of Personal Finance: Understanding the role of budgeting, saving, and investing
- Building a Strong Financial Foundation: Establishing a financial roadmap and setting achievable goals

Chapter 2: Earning More Money   14

- Identifying Income-generating Opportunities: Exploring traditional and unconventional income streams
- Developing Your Skills and Expertise: Investing in your career advancement and personal growth
- Negotiating for a Better Salary: Mastering the art of negotiating and advocating for your worth

Chapter 3: Saving and Budgeting Wisely   20

- The Art of Budgeting: Creating a realistic and sustainable budget that aligns with your goals
- Automating Savings: Setting up automatic deductions to consistently build your wealth
- Managing Expenses Effectively: Identifying and eliminating unnecessary spending habits

Chapter 4: Investing for Growth 26

- Understanding the Investment Landscape: Exploring different asset classes and investment vehicles
- Building a Diversified Portfolio: Allocating your investments across various assets to mitigate risk
- Long-Term Investment Strategies: Implementing strategies like dollar-cost averaging and compound interest

Chapter 5: Protecting Your Assets 33

- Managing Risk: Recognizing and mitigating financial risks associated with investments and life events
- The Power of Insurance: Utilizing insurance to protect your assets and income
- Estate Planning: Ensuring your wealth is distributed according to your wishes

విషయ సూచిక

అధ్యాయం 1: పరిచయం

సంపదను నిర్వచించడం మరియు దాని ప్రాముఖ్యతను నిర్ణయించడం

వ్యక్తిగత ఆర్థిక శక్తి: బడ్జెట్, పొదుపు మరియు పెట్టుబడి పాత్రను అర్థం చేసుకోవడం

బలమైన ఆర్థిక పునాది నిర్మించడం: ఆర్థిక రోడ్‌మ్యాప్‌ను ఏర్పాటు చేసుకోవడం మరియు సాధించగల లక్ష్యాలను నిర్దేశించుకోవడం

అధ్యాయం 2: ఎక్కువ డబ్బు సంపాదించడం

ఆదాయ-ఉత్పత్తి అవకాశాలను గుర్తించడం: సాంప్రదాయ మరియు అసాధారణ ఆదాయ ప్రవాహాలను అన్వేషించడం

మీ నైపుణ్యాలు మరియు పరిజ్ఞానాన్ని అభివృద్ధి చేయడం: మీ వృత్తిగత అభివృద్ధి మరియు వ్యక్తిగత వృద్ధిలో పెట్టుబడులు పెట్టడం

మెరుగైన జీతం కోసం చర్చించడం: చర్చలు చేసే కళలో ప్రావీణ్యం పొందడం మరియు మీ విలువను వాదించడం

అధ్యాయం 3: తెలివిగా పొదుపు చేయడం మరియు బడ్జెట్ చేయడం**

బడ్జెట్‌ను రూపొందించే కళ: మీ లక్ష్యాలతో సమన్వయం చేసే వాస్తవికమైన మరియు నిలకడైన బడ్జెట్‌ను సృష్టించడం

ఆటోమేటింగ్ పొదుపు: మీ సంపదను నిర్మించడానికి స్వయంచాలక డిడక్షన్లను ఏర్పాటు చేయడం

ఖర్చులను సమర్థవంతంగా నిర్వహించడం: అనవసరమైన ఖర్చు అలవాట్లను గుర్తించడం మరియు తొలగించడం

అధ్యాయం 4: వృద్ధి కోసం పెట్టుబడి పెట్టడం**

పెట్టుబడి రంగం గురించి అవగాహన: వివిధ ఆస్తి తరగతులు మరియు పెట్టుబడి వాహనాలను అన్వేషించడం

విభిన్న పోర్ట్‌ఫోలియోను నిర్మించడం: రిస్క్‌ను తగ్గించడానికి మీ పెట్టుబడులను వివిధ ఆస్తులలో కేటాయించడం

దీర్ఘకాలిక పెట్టుబడి వ్యూహాలు: డాలర్-కాస్ట్ ఎవరేజింగ్ మరియు సంయుక్త వడ్డీ వంటి వ్యూహాలను అమలు చేయడం

అధ్యాయం 5: మీ ఆస్తులను రక్షించడం**

రిస్క్ నిర్వహణ: పెట్టుబడులు మరియు జీవిత సంఘటనలతో సంబంధిత ఆర్థిక ప్రమాదాలను గుర్తించడం మరియు తగ్గించడం

బీమా శక్తి: మీ ఆస్తులు మరియు ఆదాయాన్ని రక్షించడానికి బీమాను ఉపయోగించడం

ఎస్టేట్ ప్లానింగ్: మీ ఆస్తులు మీ కోరికల ప్రకారం పంపిణీ చేయబడుతున్నాయని నిర్ధారించడం

Chapter 1: Introduction

Chapter 1: పరిచయం

సంపదను నిర్వచించడం మరియు దాని ప్రాముఖ్యతను నిర్ణయించడం

సంపద అనేది ఒక వ్యక్తి లేదా సమాజం కలిగి ఉన్న భౌతిక, ఆర్థిక లేదా ఆధ్యాత్మిక వనరుల సమితి. ఇది ఒక వ్యక్తి లేదా సమాజం యొక్క నాణ్యత మరియు జీవన స్థాయిని నిర్ణయించడంలో ముఖ్యమైన పాత్ర పోషిస్తుంది.

సంపదను నిర్వచించడానికి అనేక విధాలు ఉన్నాయి. ఒక విధానం భౌతిక వస్తువులను కలిగి ఉండటంపై దృష్టి పెట్టడం. ఈ దృక్కోణం ప్రకారం, సంపద అనేది డబ్బు, ఆస్తుల, లేదా ఇతర భౌతిక వస్తువులను కలిగి ఉండటం.

మరొక విధానం ఆర్థిక స్థితిని కలిగి ఉండటంపై దృష్టి పెట్టడం. ఈ దృక్కోణం ప్రకారం, సంపద అనేది ఆదాయం, పొదుపు, లేదా ఇతర ఆర్థిక వనరులను కలిగి ఉండటం.

మూడవ విధానం ఆధ్యాత్మిక స్థితిని కలిగి ఉండటంపై దృష్టి పెట్టడం. ఈ దృక్కోణం ప్రకారం, సంపద అనేది సంతృప్తి, సంతోషం, లేదా ఇతర ఆధ్యాత్మిక విలువలను కలిగి ఉండటం.

సంపద యొక్క ప్రాముఖ్యతను నిర్ణయించడం కూడా కష్టం. ఒక వ్యక్తి లేదా సమాజం కోసం సంపద ఎంత ముఖ్యమో అనేది వారి వ్యక్తిగత విలువలు మరియు లక్ష్యాలపై ఆధారపడి ఉంటుంది.

అయినప్పటికీ, సంపద యొక్క కొన్ని సాధారణ ప్రయోజనాలు ఉన్నాయి. సంపద వ్యక్తులకు మరియు సమాజాలకు వారి అవసరాలను తీర్చడానికి సహాయపడుతుంది. ఇది మంచి ఆరోగ్యం, విద్య మరియు ఆరోగ్య సంరక్షణ వంటి ముఖ్యమైన సేవలను పొందడానికి అవకాశాన్ని కల్పిస్తుంది. సంపద కూడా శ్రేయస్సు మరియు సంతృప్తిని పెంచడంలో సహాయపడుతుంది.

సంపద యొక్క కొన్ని ప్రమాదాలు కూడా ఉన్నాయి. సంపద కొన్నిసార్లు వ్యక్తులను అహంకారం, దుర్వినియోగం లేదా అసమానతకు దారితీస్తుంది. సంపద కూడా అనారోగ్యం, నేరాల మరియు ఇతర సామాజిక సమస్యలకు దారితీయవచ్చు.

సంపద యొక్క ప్రాముఖ్యతను నిర్ణయించడం ఒక సంక్లిష్టమైన ప్రశ్న. ఒక వ్యక్తి లేదా సమాజం కోసం సంపద ఎంత ముఖ్యమో అనేది వారి వ్యక్తిగత విలువలు మరియు లక్ష్యాలపై ఆధారపడి ఉంటుంది. అయినప్పటికీ, సంపద యొక్క కొన్ని సాధారణ ప్రయోజనాలు మరియు ప్రమాదాలు ఉన్నాయి.

వ్యక్తిగత ఆర్థిక శక్తి: బడ్జెట్, పొదుపు మరియు పెట్టుబడి పాత్రను అర్థం చేసుకోవడం

వ్యక్తిగత ఆర్థిక శక్తి అనేది ఒక వ్యక్తి తన ఆర్థిక లక్ష్యాలను సాధించే సామర్థ్యం. ఇది బడ్జెట్‌ను రూపొందించడం, పొదుపు చేయడం మరియు పెట్టుబడి పెట్టడం వంటి అంశాలపై ఆధారపడి ఉంటుంది.

బడ్జెట్

బడ్జెట్ అనేది ఒక వ్యక్తి లేదా కుటుంబం తమ ఆదాయం మరియు వ్యయాలను ట్రాక్ చేయడానికి ఉపయోగించే ఒక ప్రణాళిక. బడ్జెట్ రూపొందించడం వల్ల వ్యక్తులు తమ డబ్బును ఎక్కడ ఖర్చు చేస్తున్నారో తెలుసుకోవడంలో సహాయపడుతుంది. ఇది అవసరమైన వస్తువుల మరియు సేవల కోసం ఆదాయాన్ని కేటాయించడంలో కూడా సహాయపడుతుంది.

బడ్జెట్ రూపొందించడానికి, మీరు మొదట మీ నెలవారీ ఆదాయం మరియు వ్యయాలను ట్రాక్ చేయాలి. మీ ఆదాయం మీ యొక్క ఉద్యోగం, పెట్టుబడుల నుండి ఆదాయం, లేదా ఇతర మూలాల నుండి వచ్చే డబ్బును కలిగి ఉండవచ్చు. మీ వ్యయాలు మీ హౌసింగ్, ఫుడ్, ట్రాన్స్‌పోర్ట్, మరియు ఇతర వస్తువులు మరియు సేవల కోసం ఖర్చు చేసే డబ్బును కలిగి ఉండవచ్చు.

మీ ఆదాయం మరియు వ్యయాలను ట్రాక్ చేసిన తర్వాత, మీరు మీ బడ్జెట్‌ను రూపొందించడం ప్రారంభించవచ్చు. మీరు మీ అవసరాలు మరియు కోరికల ఆధారంగా మీ బడ్జెట్‌ను సర్దుబాటు చేయవచ్చు.

బడ్జెట్‌ను అనుసరించడం చాలా ముఖ్యం. మీరు మీ బడ్జెట్‌ను అనుసరించడంలో సమస్యలు ఎదుర్కొంటుంటే, మీరు మీ బడ్జెట్‌ను మరింత నిర్దిష్టంగా లేదా సరళంగా చేయడానికి ప్రయత్నించవచ్చు.

పొదుపు

పొదుపు అనేది మీ ఆదాయం నుండి కొంత డబ్బును వ్యయం చేయకుండా ఉంచడం. పొదుపు చేయడం వల్ల మీరు మీ ఆర్థిక లక్ష్యాలను సాధించడంలో సహాయపడుతుంది, వీటిలో రిటైర్మెంట్, విద్య, లేదా ఇతర లక్ష్యాల కోసం డబ్బు రాబట్టడం ఉండవచ్చు.

పొదుపు చేయడానికి అనేక మార్గాలు ఉన్నాయి. మీరు మీ జీతం నుండి ప్రతి నెల కొంత డబ్బును కట్ చేయవచ్చు. లేదా, మీరు ప్రతిసారీ మీరు ఏదైనా కొన్నప్పుడు కొంత డబ్బును పొదుపు చేయడానికి ఒక నియమాన్ని సెట్ చేయవచ్చు.

బలమైన ఆర్థిక పునాది నిర్మించడం: ఆర్థిక రోడ్‌మ్యాప్‌ను ఏర్పాటు చేసుకోవడం మరియు సాధించగల లక్ష్యాలను నిర్దేశించుకోవడం

బలమైన ఆర్థిక పునాది అనేది జీవితంలో ఏ విజయాన్ని సాధించడానికి చాలా ముఖ్యం. ఇది మీకు మీ లక్ష్యాలను సాధించడానికి అవసరమైన ఆర్థిక సామర్థ్యాన్ని ఇస్తుంది.

బలమైన ఆర్థిక పునాది నిర్మించడానికి మొదటి దశ మీ ఆర్థిక లక్ష్యాలను నిర్దేశించుకోవడం. మీరు ఏమి సాధించాలనుకుంటున్నారు? మీరు రిటైర్మెంట్ కోసం డబ్బు రాబట్టాలనుకుంటున్నారా? మీ పిల్లల విద్యకు చెల్లించాలనుకుంటున్నారా? లేదా మీ స్వంత వ్యాపారాన్ని ప్రారంభించాలనుకుంటున్నారా?

మీ ఆర్థిక లక్ష్యాలను నిర్దేశించుకున్న తర్వాత, మీరు ఆర్థిక రోడ్ మ్యాప్‌ను రూపొందించడం ప్రారంభించవచ్చు. ఆర్థిక రోడ్ మ్యాప్ అనేది మీ లక్ష్యాలను సాధించడానికి మీరు తీసుకోవలసిన దశలను వివరించే ఒక ప్రణాళిక.

మీ ఆర్థిక రోడ్‌మ్యాప్‌ను రూపొందించడానికి, మీరు క్రింది అంశాలను పరిగణించాలి:

- మీ ఆదాయం
- మీ వ్యయాలు
- మీ పొదుపు లక్ష్యాలు
- మీ పెట్టుబడి లక్ష్యాలు

మీ ఆర్థిక రోడ్‌మ్యాప్‌ను రూపొందించిన తర్వాత, మీరు దానిని అనుసరించడం ప్రారంభించవచ్చు. మీ లక్ష్యాలను సాధించడానికి మీరు క్రమం తప్పకుండా మీ ఆర్థిక పరిస్థితిని ట్రాక్ చేయడం చాలా ముఖ్యం.

బలమైన ఆర్థిక పునాది నిర్మించడానికి కొన్ని చిట్కాలు ఇక్కడ ఉన్నాయి:

- మీ ఆదాయం మరియు వ్యయాలను ట్రాక్ చేయడం ప్రారంభించండి. ఇది మీరు ఎక్కడ డబ్బును ఖర్చు చేస్తున్నారో తెలుసుకోవడంలో మీకు సహాయపడుతుంది.
- పొదుపు ప్రణాళికను రూపొందించండి మరియు దానిని అనుసరించండి. ప్రతి నెల కొంత డబ్బు పొదుపు చేయండి, భవిష్యత్తులో మీ లక్ష్యాలను సాధించడానికి దానిని ఉపయోగించండి.
- పెట్టుబడి చేయడం ప్రారంభించండి. పెట్టుబడి మీ డబ్బును పెంచడానికి మరియు మీ ఆర్థిక లక్ష్యాలను మరింత త్వరగా సాధించడానికి మీకు సహాయపడుతుంది.

Chapter 2: Earning More Money

Chapter 2: ఎక్కువ డబ్బు సంపాదించడం

ఆదాయ-ఉత్పత్తి అవకాశాలను గుర్తించడం: సాంప్రదాయ మరియు అసాధారణ ఆదాయ ప్రవాహాలను అన్వేషించడం

ఆదాయం అనేది జీవనానికి అవసరమైన ముఖ్యమైన అంశం. ఆదాయం లేకుండా, మనం మన అవసరాలను తీర్చలేము మరియు మన లక్ష్యాలను సాధించలేము.

ఆదాయం పొందడానికి అనేక మార్గాలు ఉన్నాయి. సాంప్రదాయ ఆదాయం అనేది ఉద్యోగం, వ్యాపారం, లేదా ఇతర మూలాల నుండి వచ్చే స్థిరమైన ఆదాయం. అసాధారణ ఆదాయం అనేది అప్పుడు మరియు అప్పుడు వచ్చే అదనపు ఆదాయం.

ఆదాయ-ఉత్పత్తి అవకాశాలను గుర్తించడానికి, మీరు మీ ఆర్థిక లక్ష్యాలను మరియు మీ శక్తి మరియు నైపుణ్యాలను పరిగణించాలి. మీరు ఏమి సాధించాలనుకుంటున్నారు? మీరు ఎంత ఆదాయం అవసరం? మీరు ఏ రకమైన పని చేయడానికి ఇష్టపడతారు?

మీ ఆర్థిక లక్ష్యాలను తెలుసుకోవడం ద్వారా, మీరు మీకు సరైన ఆదాయ-ఉత్పత్తి అవకాశాలను గుర్తించడంలో సహాయపడుతుంది. మీరు రిటైర్మెంట్ కోసం డబ్బు రాబట్టాలనుకుంటే, మీరు పెట్టుబడి చేయడం లేదా పెద్ద మొత్తంలో డబ్బు సంపాదించే ఇతర మార్గాన్ని కనుగొనడంపై దృష్టి పెట్టాలి. మీరు మీ పిల్లల విద్య కోసం డబ్బు

రాబట్టాలనుకుంటే, మీరు ఉద్యోగం లేదా వ్యాపారం ద్వారా స్థిరమైన ఆదాయాన్ని పొందడంపై దృష్టి పెట్టాలి.

మీ శక్తి మరియు నైపుణ్యాలను పరిగణించడం కూడా ముఖ్యం. మీరు ఏ రకమైన పని చేయడానికి ఇష్టపడతారు మరియు మీరు దానిలో మంచిగా ఉన్నారా? మీరు క్రమం తప్పకుండా కష్టపడటానికి సిద్ధంగా ఉన్నారా?

మీరు మీ శక్తి మరియు నైపుణ్యాలను తెలుసుకోవడం ద్వారా, మీకు సరైన ఆదాయ-ఉత్పత్తి అవకాశాలను గుర్తించడంలో మరియు వాటిలో విజయం సాధించడంలో సహాయపడుతుంది.

సాంప్రదాయ ఆదాయ ప్రవాహాలు

- ఉద్యోగం: ఉద్యోగం అనేది ఆదాయాన్ని సంపాదించడానికి అత్యంత సాధారణమైన మార్గం. ఉద్యోగం నుండి ఆదాయం సాధారణంగా స్థిరంగా ఉంటుంది మరియు ఇతర ఆదాయ వనరులతో సహజీవనం చేయడం సులభం.

మీ నైపుణ్యాలు మరియు పరిజ్ఞానాన్ని అభివృద్ధి చేయడం: మీ వృత్తిగత అభివృద్ధి మరియు వ్యక్తిగత వృద్ధిలో పెట్టుబడులు పెట్టడం

మీ నైపుణ్యాలు మరియు పరిజ్ఞానాన్ని అభివృద్ధి చేయడం అనేది మీ వృత్తిగత అభివృద్ధి మరియు వ్యక్తిగత వృద్ధిలో ఒక ముఖ్యమైన అంశం. మీరు మీ నైపుణ్యాలను అభివృద్ధి చేస్తే, మీరు మరింత ఉత్పాదకంగా మరియు సమర్ధవంతంగా మారవచ్చు. మీరు మరింత ఆదాయం సంపాదించడానికి మరియు మీ కెరీర్‌లో ముందుకు సాగడానికి అవకాశం పొందవచ్చు.

మీ నైపుణ్యాలు మరియు పరిజ్ఞానాన్ని అభివృద్ధి చేయడానికి అనేక మార్గాలు ఉన్నాయి. మీరు క్రింది వాటిని చేయవచ్చు:

- శిక్షణా కోర్సులు లేదా సెమినార్లకు హాజరవ్వండి. ఈ కోర్సులు మీకు కొత్త నైపుణ్యాలను నేర్చుకోవడానికి మరియు మీ ప్రస్తుత నైపుణ్యాలను మెరుగుపరచడానికి సహాయపడతాయి.

- మీరు పని చేస్తున్న కంపెనీ నుండి శిక్షణ లేదా అభివృద్ధి అవకాశాలను అడగండి. మీ కంపెనీ మీరు మీ నైపుణ్యాలను అభివృద్ధి చేయడానికి సహాయం చేయడానికి సంతోషిస్తుంది.

- మీ స్వంతంగా నేర్చుకోండి. పుస్తకాలు, ఆన్‌లైన్ కోర్సులు మరియు ఇతర వనరుల ద్వారా మీరు కొత్త నైపుణ్యాలను నేర్చుకోవచ్చు.

మీరు మీ నైపుణ్యాలు మరియు పరిజ్ఞానాన్ని ఎలా అభివృద్ధి చేయాలనే దానిపై నిర్ణయం తీసుకునేటప్పుడు, మీ ఆర్థిక లక్ష్యాలను మరియు మీ వ్యక్తిగత అభిరుచులను

పరిగణించండి. మీరు ఏమి సాధించాలనుకుంటున్నారు? మీరు ఏ రకమైన పని చేయడానికి ఇష్టపడతారు?

మీరు మీ నైపుణ్యాలు మరియు పరిజ్ఞానాన్ని అభివృద్ధి చేయడానికి సమయం మరియు కృషి పెట్టుబడి పెట్టినట్లయితే, మీరు మీ వృత్తిగత అభివృద్ధి మరియు వ్యక్తిగత వృద్ధిలో విజయం సాధించే అవకాశం ఉంది.

మీ నైపుణ్యాలు మరియు పరిజ్ఞానాన్ని అభివృద్ధి చేయడం వల్ల మీకు కలిగే కొన్ని ప్రయోజనాలు ఇక్కడ ఉన్నాయి:

- మీరు మరింత ఉత్పాదకంగా మరియు సమర్థవంతంగా మారవచ్చు.
- మీరు మరింత ఆదాయం సంపాదించడానికి అవకాశం పొందవచ్చు.
- మీరు మీ కెరీర్‌లో ముందుకు సాగవచ్చు.

మెరుగైన జీతం కోసం చర్చించడం: చర్చలు చేసే కళలో ప్రావీణ్యం పొందడం మరియు మీ విలువను వాదించడం

మెరుగైన జీతం కోసం చర్చించడం అనేది చాలా మంది వ్యక్తులకు ఒక భయంకరమైన ఆలోచన. వారు తమ విలువను సరైన రీతిలో వ్యక్తపరచలేకపోతారు లేదా వారు అవమానించబడతారని భయపడతారు.

అయితే, మీరు మీ జీతం గురించి చర్చించడం నేర్చుకోగలిగితే, మీరు మీ ఆర్థిక లక్ష్యాలను సాధించడానికి మరింత అవకాశం ఉంది. మీరు మీ విలువను మరింత ఖచ్చితంగా తెలుసుకోవడానికి మరియు మీ కంపెనీ మీకు అందించగలిగే ఉత్తమమైన జీతాన్ని పొందడానికి మీకు సహాయపడుతుంది.

మెరుగైన జీతం కోసం చర్చించడానికి ముందు చేయవలసిన కొన్ని విషయాలు ఇక్కడ ఉన్నాయి:

- మీ విలువను తెలుసుకోండి. మీరు మీ కంపెనీకి ఎంత విలువైనవారు? మీరు మీ పనిలో ఎలాంటి ప్రభావాన్ని చూపిస్తున్నారు? మీరు మీ పరిశ్రమలో ఏ స్థాయిలో జీతం పొందుతున్నారో తెలుసుకోండి.
- మీ చర్చకు సిద్ధంగా ఉండండి. మీరు ఏమి మాట్లాడాలనుకుంటున్నారు? మీరు ఏ ప్రశ్నలకు సమాధానం ఇవ్వవలసి ఉంటుంది? మీరు మీ చర్చకు సిద్ధంగా ఉండటానికి మీరు ప్రాక్టీస్ చేయవచ్చు.

- మీరు ఒప్పుకోకపోతే నెగ్గడానికి సిద్ధంగా ఉండండి. మీరు మీ కోసం ఏమి కోరుకుంటున్నారో మీరు తెలుసుకోవాలి మరియు మీరు దాని కోసం పోరాడాలి.

మెరుగైన జీతం కోసం చర్చించేటప్పుడు ఉపయోగించవచ్చు కొన్ని చిట్కాలు ఇక్కడ ఉన్నాయి:

- నిశ్శబ్దంగా ఉండండి మరియు మీ పాయింట్లను బలంగా మరియు ఖచ్చితంగా తెలియజేయండి.
- మీరు ఏమి కోరుకుంటున్నారో తెలియజేయండి మరియు మీరు దాని కోసం ఎందుకు అర్హులు అని వివరించండి.
- మీరు ఏమి కోరుకుంటున్నారో ఖచ్చితంగా తెలియకపోతే, మీరు కమ్యూనికేట్ చేయవచ్చు, కానీ మీరు ఏదో ఒకదాని కోసం చూస్తున్నారని మీరు మీ భాగస్వామికి తెలియజేయండి.
- మీరు ఒప్పుకోకపోతే, మీరు చర్చను ఎలా కొనసాగించాలనుకుంటున్నారో తెలియజేయండి.

Chapter 3: Saving and Budgeting Wisely

Chapter 3: తెలివిగా పొదుపు చేయడం మరియు బడ్జెట్ చేయడం

బడ్జెట్‌ను రూపొందించే కళ: మీ లక్ష్యాలతో సమన్వయం చేసే వాస్తవికమైన మరియు నిలకడైన బడ్జెట్‌ను సృష్టించడం

బడ్జెట్ అనేది మీ ఆదాయం మరియు వ్యయాలను ట్రాక్ చేయడానికి మరియు మీ ఆర్థిక లక్ష్యాలను సాధించడానికి మీకు సహాయపడే ఒక ప్రణాళిక. బడ్జెట్‌ను రూపొందించడం అనేది మీ ఆర్థిక జీవితాన్ని నియంత్రించడానికి మరియు మీరు కోరుకున్న జీవితాన్ని గడపడానికి మీకు సహాయపడే ఒక శక్తివంతమైన సాధనం.

బడ్జెట్‌ను ఎందుకు రూపొందించాలి?

బడ్జెట్‌ను రూపొందించడానికి అనేక కారణాలు ఉన్నాయి. ఇక్కడ కొన్ని ఉన్నాయి:

- మీ ఆదాయం మరియు వ్యయాలను అర్థం చేసుకోవడానికి: బడ్జెట్‌ను రూపొందించడం అనేది మీరు ఎక్కడ డబ్బును ఖర్చు చేస్తున్నారో మరియు మీరు ఎంత ఆదాయం సంపాదిస్తున్నారో అర్థం చేసుకోవడానికి ఒక మంచి మార్గం. ఇది మీ ఖర్చులను తగ్గించడానికి మరియు మీ ఆర్థిక లక్ష్యాలను సాధించడానికి మీకు సహాయపడుతుంది.

- మీ ఆర్థిక స్థితిని నియంత్రించడానికి: బడ్జెట్‌ను కలిగి ఉండటం అనేది మీ ఆర్థిక స్థితిని నియంత్రించడానికి మరియు అప్పులను నివారించడానికి ఒక మంచి మార్గం. ఇది మీరు మీ ఆదాయం మరియు వ్యయాలను అంచనా వేయడానికి మరియు మీరు ఏవైనా అదనపు డబ్బును కలిగి ఉన్నారో లేదో తెలుసుకోవడానికి సహాయపడుతుంది.

- మీ లక్ష్యాలను సాధించడానికి: బడ్జెట్‌ను కలిగి ఉండటం అనేది మీ ఆర్థిక లక్ష్యాలను సాధించడానికి మీకు సహాయపడే ఒక మంచి మార్గం. ఇది మీరు ఎంత డబ్బును ఆదా చేయాలనుకుంటున్నారో లేదా మీరు ఏదైనా పెద్ద కొనుగోలును ఎలా చెల్లించాలనుకుంటున్నారో అంచనా వేయడానికి మీకు సహాయపడుతుంది.

బడ్జెట్‌ను ఎలా రూపొందించాలి?

బడ్జెట్‌ను రూపొందించడానికి కొన్ని దశలు ఉన్నాయి. ఇక్కడ అవి ఉన్నాయి:

1. మీ ఆదాయం మరియు వ్యయాలను ట్రాక్ చేయండి: మీరు ఏమి సంపాదిస్తున్నారో మరియు మీరు ఏమి ఖర్చు చేస్తున్నారో తెలుసుకోవడం ముఖ్యం. మీరు మీ ఆదాయం మరియు వ్యయాలను ట్రాక్ చేయడానికి ఒక డైరీని ఉపయోగించవచ్చు లేదా ఆన్‌లైన్ బడ్జెటింగ్ సాఫ్ట్‌వేర్‌ను ఉపయోగించవచ్చు.

ఆటోమేటింగ్ పొదుపు: మీ సంపదను నిర్మించడానికి స్వయంచాలక డిడక్షన్లను ఏర్పాటు చేయడం

పొదుపు అనేది మీ ఆర్థిక లక్ష్యాలను సాధించడానికి ఒక ముఖ్యమైన భాగం. అయితే, పొదుపు చేయడం కష్టంగా ఉండవచ్చు, ముఖ్యంగా మీరు ఎప్పటికప్పుడు ఆర్థిక సమస్యలను ఎదుర్కొంటుంటే.

ఆటోమేటింగ్ పొదుపు అనేది ఈ సమస్యను పరిష్కరించడానికి ఒక మార్గం. ఆటోమేటింగ్ అనేది మీ జీతం నుండి మీరు ఆదా చేయాలనుకుంటున్న డబ్బును నేరుగా మీ పొదుపు ఖాతాకు బదిలీ చేయడం.

ఆటోమేటింగ్ పొదుపు యొక్క కొన్ని ప్రయోజనాలు ఇక్కడ ఉన్నాయి:

- ఇది మీ పొదుపును మరింత సులభతరం చేస్తుంది. మీరు మీ జీతం నుండి డబ్బును నేరుగా బదిలీ చేస్తున్నప్పుడు, మీరు దాని గురించి ఆలోచించాల్సిన అవసరం లేదు.
- ఇది మీకు బాధ్యతాయుతంగా ఉండటంలో సహాయపడుతుంది. మీరు ఆటోమేటింగ్ పొదుపును ఉపయోగించినప్పుడు, మీరు మీ పొదుపు లక్ష్యాలను మరింత తీసుకుంటారు.
- ఇది మీ సంపదను నిర్మించడానికి సహాయపడుతుంది. మీరు చిన్న మొత్తంలో డబ్బును కూడా ఆదా చేయడం ప్రారంభించినట్లయితే, కాలక్రమేణా అది పెద్దద మొత్తంలో మారవచ్చు.

ఆటోమేటింగ్ పొదుపును ప్రారంభించడానికి, మీరు మొదట మీ పొదుపు లక్ష్యాలను నిర్దేశించాలి. మీరు రిటైర్మెంట్ కోసం ఆదా చేయాలనుకుంటున్నారా? మీ పిల్లల విద్య కోసం? లేదా మీ తదుపరి పెద్ద కొనుగోలు కోసం?

మీ లక్ష్యాలను మీరు నిర్దేశించిన తర్వాత, మీరు మీ జీతం నుండి ఎంత డబ్బును ఆదా చేయాలనుకుంటున్నారో నిర్ణయించుకోవాలి. మీరు మీ ఆదాయం యొక్క 10% నుండి ప్రారంభించడం మంచిది, కానీ మీరు మీ స్వంత అవసరాలకు అనుగుణంగా మీ పొదుపును సర్దుబాటు చేయవచ్చు.

మీ లక్ష్యాలు మరియు మీరు ఆదా చేయాలనుకుంటున్న డబ్బు యొక్క మొత్తాన్ని మీరు నిర్ణయించిన తర్వాత, మీరు మీ జీతం నుండి ఆ డబ్బును నేరుగా మీ పొదుపు ఖాతాకు బదిలీ చేయడానికి సౌకర్యవంతమైన మార్గాన్ని కనుగొనవచ్చు. మీరు మీ యజమానితో మాట్లాడవచ్చు లేదా ఆన్‌లైన్ బ్యాంకింగ్ లేదా ఆటోమేటింగ్ సేవలను ఉపయోగించవచ్చు.

ఖర్చులను సమర్థవంతంగా నిర్వహించడం: అనవసరమైన ఖర్చు అలవాట్లను గుర్తించడం మరియు తొలగించడం

ఖర్చులను సమర్థవంతంగా నిర్వహించడం అనేది మీ ఆర్థిక లక్ష్యాలను సాధించడానికి ఒక ముఖ్యమైన అంశం. మీరు మీ ఖర్చులను తగ్గించగలిగితే, మీరు మరింత డబ్బును ఆదా చేయవచ్చు మరియు మీరు మరింత ముందుకు సాగవచ్చు.

అనవసరమైన ఖర్చు అలవాట్లను గుర్తించడం మరియు తొలగించడం అనేది ఖర్చులను తగ్గించడానికి ఒక మంచి మార్గం. మీరు మీ ఖర్చులను ట్రాక్ చేయడం ప్రారంభించడం ద్వారా మీరు ఈ అలవాట్లను గుర్తించడం ప్రారంభించవచ్చు.

మీరు మీ ఖర్చులను ట్రాక్ చేయడానికి కొన్ని మార్గాలు ఇక్కడ ఉన్నాయి:

- ఒక డైరీలో మీ ఖర్చులను రికార్డ్ చేయండి.
- ఆన్‌లైన్ బ్యాంకింగ్ సేవలను ఉపయోగించి మీ ఖర్చులను ట్రాక్ చేయండి.
- ఒక ఖర్చు ట్రాకర్ సాఫ్ట్‌వేర్‌ను ఉపయోగించండి.

మీరు మీ ఖర్చులను ట్రాక్ చేయడం ప్రారంభించిన తర్వాత, మీరు అనవసరమైన ఖర్చు అలవాట్లను గుర్తించడం ప్రారంభించవచ్చు. మీరు ఈ అలవాట్లను గుర్తించిన తర్వాత, మీరు వాటిని తొలగించడానికి చర్యలు తీసుకోవచ్చు.

అనవసరమైన ఖర్చు అలవాట్లను తొలగించడానికి కొన్ని చిట్కాలు ఇక్కడ ఉన్నాయి:

- సమీక్షించండి మరియు నిర్వహించండి. మీరు ఏమి ఖర్చు చేస్తున్నారో మీరు నిరంతరం సమీక్షించడం ముఖ్యం. మీరు ఏదైనా ఖర్చును తగ్గించగలరో లేదో అంచనా వేయడానికి మీరు మీ ఖర్చులను నిర్వహించాలి.
- పరిమితులు విధించండి. మీరు ఒక రోజు లేదా వారానికి ఖర్చు చేయగలిగే డబ్బుపై మీకు మీదే పరిమితులు విధించుకోండి.
- స్వీయ-ప్రేరణ. మీరు మీ ఖర్చులను తగ్గించాలని నిర్ణయించుకున్నట్లయితే, మీరు మిమ్మల్ని మీరు ప్రోత్సహించాలి. మీరు మీ లక్ష్యాలను చేరుకోవడంలో మీకు సహాయపడే ఒక బహుమతిని మీరే హామీ ఇవ్వండి.

Chapter 4: Investing for Growth

Chapter 4: వృద్ధి కోసం పెట్టుబడి పెట్టడం

పెట్టుబడి రంగం గురించి అవగాహన: వివిధ ఆస్తి తరగతులు మరియు పెట్టుబడి వాహనాలను అన్వేషించడం

పరిచయం

పెట్టుబడి అనేది మీ డబ్బును మరింత డబ్బుగా మార్చడానికి చేసే ప్రక్రియ. ఇది మీ ఆర్థిక లక్ష్యాలను సాధించడానికి ఒక ముఖ్యమైన మార్గం. పెట్టుబడి రంగం చాలా క్లిష్టంగా ఉంటుంది మరియు వివిధ రకాల ఆస్తి తరగతులు మరియు పెట్టుబడి వాహనాలు అందుబాటులో ఉన్నాయి.

ఈ కథనం పెట్టుబడి రంగం గురించి మీకు అవగాహన కల్పించడానికి ఉద్దేశించబడింది. మేము వివిధ ఆస్తి తరగతులు మరియు పెట్టుబడి వాహనాలను అన్వేషిస్తాము మరియు మీరు మీ స్వంత పెట్టుబడి నిర్ణయాలు తీసుకోవడానికి అవసరమైన సమాచారాన్ని మీకు అందించడానికి ప్రయత్నిస్తాము.

ఆస్తి తరగతులు

ఆస్తి తరగతి అనేది పెట్టుబడి యొక్క ఒక రకం. వివిధ రకాల ఆస్తి తరగతులు ఉన్నాయి, ప్రతి ఒక్కటి దాని స్వంత ప్రత్యేకమైన ప్రయోజనాలు మరియు నష్టాలను కలిగి ఉంటుంది.

కొన్ని ప్రధాన ఆస్తి తరగతులు:

- మ్యూచువల్ ఫండ్లు: మ్యూచువల్ ఫండ్లు అనేది అనేక వ్యక్తుల నుండి డబ్బును సేకరించే మరియు దానిని వివిధ ఆస్తి తరగతులలో పెట్టుబడి పెట్టే పెట్టుబడి వాహనాలు. మ్యూచువల్ ఫండ్లు వివిధ రకాలైనవి, ప్రతి ఒక్కటి దాని స్వంత ప్రత్యేకమైన ప్రయోజనాలు మరియు నష్టాలను కలిగి ఉంటాయి.
- షేర్లు: షేర్లు అనేవి కంపెనీల యొక్క భాగస్వామ్యం. షేర్లను కొనుగోలు చేయడం ద్వారా, మీరు కంపెనీ యొక్క యాజమాన్యంలో వాటాను కలిగి ఉంటారు. షేర్ల ధరలు పెరిగినప్పుడు, మీరు లాభం పొందుతారు.
- బాండ్లు: బాండ్లు అనేవి ప్రభుత్వాలు లేదా సంస్థలు జారీ చేసే రుణాలు. బాండ్లు క్రమం తప్పకుండా వడ్డీని చెల్లిస్తాయి మరియు మీరు మీ పెట్టుబడిని తిరిగి పొందుతారు.
- రియల్ ఎస్టేట్: రియల్ ఎస్టేట్ అనేది భూమి మరియు దానిపై ఉన్న నిర్మాణాలు. రియల్ ఎస్టేట్ ధరలు పెరిగినప్పుడు, మీరు లాభం పొందుతారు.
- బంగారం: బంగారం అనేది ఒక విలువైన లోహం. బంగారం ధరలు పెరిగినప్పుడు, మీరు లాభం పొందుతారు.

విభిన్న పోర్ట్‌ఫోలియోను నిర్మించడం: రిస్కను తగ్గించడానికి మీ పెట్టుబడులను వివిధ ఆస్తులలో కేటాయించడం

పరిచయం

పెట్టుబడిలో, వివిధత అనేది శక్తి. విభిన్న పోర్ట్‌ఫోలియోను కలిగి ఉండటం వలన మీరు రిస్కను తగ్గించవచ్చు మరియు మీ రాబడిని పెంచుకోవచ్చు.

విభిన్న పోర్ట్‌ఫోలియో అనేది వివిధ ఆస్తి తరగతులలో మీ పెట్టుబడులను కేటాయించడం. ఈ వివిధ ఆస్తి తరగతులు వేర్వేరు పనితీరుతీరువు కలిగి ఉంటాయి, కాబట్టి మీరు ఒక ఆస్తి తరగతిలో నష్టం చవిచూసినప్పుడు, మరొక ఆస్తి తరగతి లాభం పొందవచ్చు.

విభిన్న పోర్ట్‌ఫోలియోను నిర్మించడానికి చిట్కాలు

విభిన్న పోర్ట్‌ఫోలియోను నిర్మించడానికి, మీరు క్రింది చిట్కాలను అనుసరించవచ్చు:

- మీ ఆర్థిక లక్ష్యాలను పరిగణనలోకి తీసుకోండి. మీరు దీర్ఘకాలిక లేదా అల్పకాలిక లాభాలను కోరుకుంటున్నారా? మీరు ఎంత రిస్క తీసుకోవడానికి సిద్ధంగా ఉన్నారు?
- మీ రిస్క-అసహనాన్ని అంచనా వేయండి. మీరు రిస్కను తీసుకోవడానికి ఎంతగానో ఇష్టపడతారు? మీరు ఒక నిర్దిష్ట స్థాయి రిస్కను తీసుకోవడానికి సిద్ధంగా ఉంటే, మీరు మీ పోర్ట్ ఫోలియోను ఆ స్థాయి రిస్కకు అనుగుణంగా రూపొందించాలి.

- వివిధ ఆస్తి తరగతులలో మీ పెట్టుబడులను కేటాయించండి. సాధారణంగా, మీరు మీ పోర్ట్ఫోలియోలో 60% షేర్లు, 30% బాండ్లు మరియు 10% రియల్ ఎస్టేట్ లేదా బంగారం వంటి మరింత స్థిరమైన ఆస్తి తరగతులను కలిగి ఉండాలని నిపుణులు సూచిస్తున్నారు.

- మీ పోర్ట్ఫోలియోను క్రమం తప్పకుండా పరిశీలించండి మరియు అవసరమైన విధంగా సర్దుబాటు చేయండి. మీ ఆర్థిక లక్ష్యాలు లేదా రిస్క్-అసహనం మారినప్పుడు, మీ పోర్ట్ఫోలియోను అనుగుణంగా సర్దుబాటు చేయడం ముఖ్యం.

దీర్ఘకాలిక పెట్టుబడి వ్యూహాలు: డాలర్-కాస్ట్ ఎవరేజింగ్ మరియు సంయుక్త వడ్డీ వంటి వ్యూహాలను అమలు చేయడం

పరిచయం

దీర్ఘకాలిక పెట్టుబడి అనేది మీ ఆర్థిక లక్ష్యాలను సాధించడానికి ఒక శక్తివంతమైన మార్గం. అయితే, మీరు మీ పెట్టుబడులను సమర్థవంతంగా నిర్వహించడానికి కొన్ని వ్యూహాలను అనుసరించడం ముఖ్యం.

ఈ కథనంలో, మేము రెండు ప్రముఖ దీర్ఘకాలిక పెట్టుబడి వ్యూహాలను పరిశీలిస్తాము:

- డాలర్-కాస్ట్ ఎవరేజింగ్ (DCA)
- సంయుక్త వడ్డీ (CI)

డాలర్-కాస్ట్ ఎవరేజింగ్

డాలర్-కాస్ట్ ఎవరేజింగ్ అనేది ఒక సాధారణ పెట్టుబడి వ్యూహం, ఇది మీరు క్రమం తప్పకుండా ఒక నిర్దిష్ట మొత్తంలో డబ్బును పెట్టుబడి పెట్టేటప్పుడు ఉపయోగిస్తారు. ఈ వ్యూహం యొక్క ఆలోచన ఏమిటంటే, మీరు మార్కెట్ యొక్క ఎత్తులు మరియు లోతులను "అంచనా వేయడానికి" ప్రయత్నించకుండా, మీ పెట్టుబడులను క్రమం తప్పకుండా పెట్టుబడి పెట్టడం ద్వారా సగటు ధరను పొందవచ్చు.

ఉదాహరణకు, మీరు ప్రతి నెల ₹10,000 షేర్లలో పెట్టుబడి పెట్టాలని నిర్ణయించుకుంటే, మీరు మార్కెట్ ధర ₹1,000 ఉన్నప్పుడు కొన్ని షేర్లను కొనుగోలు చేయవచ్చు, మార్కెట్

ధర ₹1,200 ఉన్నప్పుడు కొన్ని షేర్లను కొనుగోలు చేయవచ్చు, మరియు మార్కెట్ ధర ₹900 ఉన్నప్పుడు కొన్ని షేర్లను కొనుగోలు చేయవచ్చు. ఈ విధంగా, మీరు సగటు ధర ₹1,050 కి దగ్గరగా పొందుతారు.

డాలర్-కాస్ట్ ఎవరేజింగ్ యొక్క ప్రయోజనాలు

డాలర్-కాస్ట్ ఎవరేజింగ్ యొక్క కొన్ని ప్రయోజనాలు ఇక్కడ ఉన్నాయి:

- మీరు మార్కెట్ యొక్క ఎత్తులు మరియు లోతులను "అంచనా వేయడానికి" ప్రయత్నించాల్సిన అవసరం లేదు.
- సమయంతో, మీరు సగటు ధరను పొందే అవకాశం ఉంది.
- ఇది మీ పెట్టుబడుల రిస్కును తగ్గించడంలో సహాయపడుతుంది.

Chapter 5: Protecting Your Assets

Chapter 5: మీ ఆస్తులను రక్షించడం

రిస్క్ నిర్వహణ: పెట్టుబడులు మరియు జీవిత సంఘటనలతో సంబంధిత ఆర్థిక ప్రమాదాలను గుర్తించడం మరియు తగ్గించడం

పరిచయం

ఆర్థిక రిస్క్ అనేది మీ ఆర్థిక లక్ష్యాలను సాధించడానికి మీ ప్రణాళికలను దెబ్బతీసే ఏదైనా కారకం. పెట్టుబడులు, జీవిత సంఘటనలు మరియు ఇతర అంశాల వల్ల రిస్క్ ఏర్పడుతుంది.

రిస్క్ నిర్వహణ అనేది మీ ఆర్థిక రిస్క్‌ను తగ్గించడానికి మరియు మీ లక్ష్యాలను సాధించే అవకాశాలను మెరుగుపరచడానికి కొత్త వ్యూహాలను అభివృద్ధి చేయడానికి మీరు చేసే చర్యలు.

పెట్టుబడి రిస్క్

పెట్టుబడి రిస్క్ అనేది మీ పెట్టుబడుల విలువలో ఏదైనా మార్పుల వల్ల కలిగే ప్రమాదం. పెట్టుబడుల ధరలు పెరగవచ్చు లేదా తగ్గవచ్చు, మరియు మీరు మీ పెట్టుబడులను పూర్తిగా కోల్పోవచ్చు.

పెట్టుబడి రిస్క్‌ను తగ్గించడానికి, మీరు విభిన్న పోర్ట్ ఫోలియోను నిర్మించడం, మీ రిస్క్-అసహనాన్ని అంచనా

వేయడం మరియు మీ పెట్టుబడులను క్రమం తప్పకుండా పరిశీలించడం వంటి చర్యలు తీసుకోవచ్చు.

జీవిత సంఘటనల నుండి వచ్చే రిస్క్

జీవిత సంఘటనలు, వీటిలో ఉద్యోగం కోల్పోవడం, అనారోగ్యం మరియు మరణం ఉన్నాయి, మీ ఆర్థిక స్థితిని తీవ్రంగా దెబ్బతీయగలవు.

ఈ రకమైన రిస్క్‌ను తగ్గించడానికి, మీరు ఆరోగ్య బీమా, ఉద్యోగ నష్ట బీమా మరియు మరణ బీమా వంటి పరిహారాలను పొందడం వంటి చర్యలు తీసుకోవచ్చు.

రిస్క్ నిర్వహణ యొక్క ప్రయోజనాలు

రిస్క్ నిర్వహణ యొక్క కొన్ని ప్రయోజనాలు ఇక్కడ ఉన్నాయి:

- మీ ఆర్థిక లక్ష్యాలను సాధించే అవకాశాలను మెరుగుపరుస్తుంది.
- మీ ఆర్థిక స్థిరత్వాన్ని పెంచుతుంది.
- మీకు మరింత మనస్సు ప్రశాంతతను ఇస్తుంది.

రిస్క్ నిర్వహణ కోసం చిట్కాలు

రిస్క్ నిర్వహణ కోసం కొన్ని చిట్కాలు ఇక్కడ ఉన్నాయి:

- మీ ఆర్థిక లక్ష్యాలను అర్థం చేసుకోండి.
- మీ రిస్క్-అసహనాన్ని అంచనా వేయండి.

- విభిన్న పోర్ట్‌ఫోలియోను నిర్మించండి.
- మీ పెట్టుబడులను క్రమం తప్పకుండా పరిశీలించండి.

బీమా శక్తి: మీ ఆస్తులు మరియు ఆదాయాన్ని రక్షించడానికి బీమాను ఉపయోగించడం

పరిచయం

బీమా అనేది ఒక రకమైన భీమా, ఇది మీరు ఒక చిన్న మొత్తాన్ని చెల్లించినట్లయితే, మీరు ఒక ప్రమాదం జరిగినప్పుడు మీకు మొత్తం మొత్తాన్ని లేదా దానిలో భాగాన్ని పొందే అవకాశాన్ని ఇస్తుంది.

బీమా అనేది మీ ఆర్థిక భద్రతను మెరుగుపరచడానికి ఒక శక్తివంతమైన పరికరం. ఇది మీ ఆస్తులు మరియు ఆదాయాన్ని రక్షించడంలో సహాయపడుతుంది, ఇది జీవితంలోని ఊహించని సంఘటనల వల్ల దెబ్బతినవచ్చు.

బీమా యొక్క ప్రయోజనాలు

బీమా యొక్క కొన్ని ప్రయోజనాలు ఇక్కడ ఉన్నాయి:

- మీ ఆర్థిక భద్రతను మెరుగుపరుస్తుంది.
- మీకు మనస్సు ప్రశాంతతను ఇస్తుంది.
- మీ ఆర్థిక లక్ష్యాలను సాధించడంలో సహాయపడుతుంది.

బీమా రకాలు

బీమా అనేక రకాలుగా వస్తుంది. కొన్ని సాధారణ రకాల బీమాలో ఇవి ఉన్నాయి:

- ఆరోగ్య బీమా: ఇది మీరు అనారోగ్యంతో బాధపడినప్పుడు వైద్య చికిత్సకు చెల్లించడంలో సహాయపడుతుంది.
- ఉద్యోగ నష్ట బీమా: ఇది మీరు ఉద్యోగాన్ని కోల్పోయినప్పుడు మీ ఆదాయాన్ని భర్తీ చేస్తుంది.
- మరణ బీమా: ఇది మీరు మరణించినప్పుడు మీ కుటుంబానికి ఆర్థిక సహాయాన్ని అందిస్తుంది.
- వాహన బీమా: ఇది మీరు లేదా మీ వాహనం ప్రమాదంలో ఉన్నప్పుడు మీకు ఆర్థిక రక్షణను అందిస్తుంది.
- గృహ బీమా: ఇది మీ ఇల్లు లేదా ఆస్తులకు నష్టం జరిగినప్పుడు మీకు ఆర్థిక రక్షణను అందిస్తుంది.

బీమా కోసం చిట్కాలు

బీమా కోసం కొన్ని చిట్కాలు ఇక్కడ ఉన్నాయి:

- మీ ఆర్థిక లక్ష్యాలను అర్థం చేసుకోండి.
- మీరు ఏ రకమైన బీమా అవసరమో నిర్ణయించండి.
- మీరు ఎంత బీమా కవరేజీని కోరుకుంటున్నారో నిర్ణయించండి.
- మీ బీమా ఖర్చులను కవర్ చేయగల బడ్జెట్‌ను అభివృద్ధి చేయండి.

ఎస్టేట్ ప్లానింగ్: మీ ఆస్తులు మీ కోరికల ప్రకారం పంపిణీ చేయబడుతున్నాయని నిర్ధారించడం

పరిచయం

ఎస్టేట్ ప్లానింగ్ అనేది మీ మరణం తర్వాత మీ ఆస్తులు మరియు ఆదాయం ఎలా పంపిణీ చేయబడాలో ప్రణాళిక చేయడం. ఇది మీ కుటుంబం మరియు ప్రియమైనవారి భవిష్యత్తును నిర్ధారించడానికి ఒక ముఖ్యమైన మార్గం.

ఎస్టేట్ ప్లానింగ్‌లో అనేక అంశాలు ఉన్నాయి, వీటిలో ఇవి ఉన్నాయి:

- ఒక వీలునామా రూపొందించడం: మీ మరణం తర్వాత మీ ఆస్తులు ఎవరికి వెళ్లాలని మీరు కోరుకుంటున్నారో వీలునామా నిర్దేశిస్తుంది.
- ఒక ట్రస్ట్ ఏర్పాటు చేయడం: ట్రస్ట్ అనేది మీ ఆస్తులు మీ మరణం తర్వాత మీ కోరికల ప్రకారం నిర్వహించబడేలా నిర్వహించే ఒక చట్టపరమైన నిర్మాణం.
- ఒక జీవన బీమా పాలసీని కొనుగోలు చేయడం: జీవన బీమా పాలసీ మీ మరణం తర్వాత మీ కుటుంబానికి ఆర్థిక రక్షణను అందిస్తుంది.
- మీ ఆదాయాన్ని ఎలా పంపిణీ చేయాలో నిర్ణయించడం: మీరు మీ మరణం తర్వాత మీ కుటుంబానికి ఆర్థిక సహాయాన్ని అందించడానికి ఇతర మార్గాలను కూడా పరిగణించవచ్చు, వీటిలో భీమా, రుణాలు లేదా పెట్టుబడులు ఉన్నాయి.

ఎస్టేట్ ప్లానింగ్ యొక్క ప్రయోజనాలు

ఎస్టేట్ ప్లానింగ్ యొక్క కొన్ని ప్రయోజనాలు ఇక్కడ ఉన్నాయి:

- మీ ఆస్తులు మీ కోరికల ప్రకారం పంపిణీ చేయబడుతున్నాయని నిర్ధారిస్తుంది.
- మీ కుటుంబం మరియు ప్రియమైనవారి భవిష్యత్తును నిర్ధారించడంలో సహాయపడుతుంది.
- మీ మరణం తర్వాత ఆర్థిక గందరగోళాన్ని నివారిస్తుంది.

ఎస్టేట్ ప్లానింగ్ కోసం చిట్కాలు

ఎస్టేట్ ప్లానింగ్ కోసం కొన్ని చిట్కాలు ఇక్కడ ఉన్నాయి:

- మీ ఆర్థిక లక్ష్యాలను అర్థం చేసుకోండి.
- మీ కుటుంబం మరియు ప్రియమైనవారి అవసరాలను పరిగణించండి.
- ఒక న్యాయవాది లేదా ఫైనాన్షియల్ అడ్వైజర్‌తో మాట్లాడండి.

www.ingramcontent.com/pod-product-compliance
Lightning Source LLC
LaVergne TN
LVHW020448080526
838202LV00055B/5386
* 9 7 8 8 1 1 9 6 6 9 9 1 2 *